वाहते शब्द- flowing Words

कवितांचा प्रवाह- currents of poems

Gauri Velankar

Made with ❤ on the BookLeaf Publishing Platform
www.bookleafpub.in
www.bookleafpub.com

Dedication

हे पुस्तक निसर्ग मातेला नम्रपणे समर्पित आहे.
जसं मुक्त पाण्याला बंधन नसतं तसं या मुक्तछंदप्रवाही कविता आहेत

.

या पुस्तकात कुठलाही धर्म ,जात , पंथ किंवा व्यक्ती यांना
दुखावण्याचा हेतू नाही .
Facebool link-
https://www.facebook.com/share/15vVAkioNd/

Preface

निसर्गाबद्दल काय बोलावे, मानव हा निसर्गाचाच एक भाग आहे. निसर्गाची असंख्य रूपे मानवाला नम्र आणि आनंदी बनवतात कधीकधी भीतीदायक देखील बनवतात. या कवितांमध्ये त्याचा मूड चित्रित झाला आहे. वाचकही मंत्रमुग्ध होतील अशी आशा आहे.
मानवी भाव भावनांचा नैसर्गिक म्हणजेच सोपा अविष्कार आवडून जातो .

जसे गंगेत दिवे सोडून प्रवाहित करावे तसे या सर्व उत्कट कविता जन   गंगेला गौरी वेलणकर "वाहते शब्द "   हा

"कवितांचा प्रवाह"   तुम्हा रसिकांना समर्पित करीत आहेत

.

Acknowledgements

गणेश शारदा सद्गुरू सज्जन याना नमस्कार .
कै . ती . अण्णा आणि कै . ती . आई याना ही कवितेची फुले अर्पण करते . माझे वडील श्री . मनोहर प्रल्हाद जोशी म्हणायचे की गौरी म्हणजे झाकलं माणिक आहे . उजेडात येण्याचा हा प्रयत्न त्यांच्या आशीर्वादाने !
माझा लिखाण आवडल्याचे सांगणारे असंख्य रसिक आहेत . माझे मेंटॉर गझलकार श्री . प्रशांत वैद्य , टिटवाळा यांचे विशेष आभार आणि प्रणाम.
माझी मैत्रीण जिग्नाशा दलाल ही तर अमराठी असूनही मराठी भाषा आणि संस्कृतीचा आदर करते. तिच्या प्रेरणेने मी हे धाडस केले . तिने बुकलीफ ची संकल्पना दिली . तिच्या ऋणात राहणे मला आवडेल .
माझे पती श्री . समीर वेलणकर आणि माझी लेक राधिका हे माझे पहिले वाचक आणि टीकाकार आहेत .
या पुस्तकातील सर्व लेखन पूर्णपणे काल्पनिक असून कुठल्याही जात , धर्म , पंथ ,व्यक्ती याविषयी अपमानकारक उल्लेख नाही .

आपल्या प्रतिक्रिया कळवा .

facebook link -
https://www.facebook.com/share/15vVAkioNd/
email - gauvel@gmail. com

1. पावसाचे गाणे

येवू दे नव्याने पावसाचे गाणे,
झुलुखुळु वहावे कुणीशा झऱ्याने

रोजचेच श्वास भिजवू पावसाने ,
मातीचा सुवास घेऊ या नव्याने .
येवू दे नव्याने पावसाचे गाणे,
झुलुखुळु वहावे कुणीशा झऱ्याने.

सरळसोट धारा , चुकार हे तुषार ,
वाट दाखवावी कुणी ओघळाने .
येवू दे नव्याने पावसाचे गाणे,
झुलुखुळु वहावे कुणीशा झऱ्याने.

क्षण जे दुःखाचे वाहून न्यावे ,
इंद्रधनू सुखाचे खोलावे सूर्याने .
येवू दे नव्याने पावसाचे गाणे,
झुलुखुळु वहावे कुणीशा झऱ्याने.

मोर हे मनाचे थुईथुई नाचे ,
डोळिया आनंद वस्तीस आनंदाने .

येवू दे नव्याने पावसाचे गाणे,
झुलुखुळु वहावे कुणीशा झऱ्याने.

2

2. आवडता

नभाच्या लाडक्या पाखरा रे ,
रंग आवडे तुज कोणता रे ?
उडता लागे जो पंखांवर ,
तोच माझा आवडता रे .

पाण्यात लाडक्या जलचरा रे ,
खेळ आवडे तुज कोणता रे ?
चिंब अथांग पाणी खेळवे ,
तोच माझा आवडता रे .

धरणीवर धावणाऱ्या प्राण्या रे ,
खाऊ आवडे तुज कोणता रे ?
चारा भरवे धरती माता ,
तोच माझा आवडता रे .

3. उद्दाम

नील नभीचा कोमलपंखी जरी ,
झेप अफाट
नको पक्ष्या असा दुरून पाहूस .

जड कधी वाफ होत थंड जलाची ,
जळात समाधी
नको जलचरा लावून राहूस .

काजलकाळी कांती जरी ,
नको रे कावळ्या
असा शरमून जाऊस .

फिरत फिरस्ते या धरतीवर जरी ,
नको रे माणसा
तूच फक्त मुद्दाम उद्दाम होऊस .

* उद्दाम - overbearing

4. सोशल एकांत

ना त्यात ना आता ना यात उरले सौख्य ,
चल माणसा जेथे माणुसकीचा दरवळ.

हृदयाचे पडघम जेथे वाजती धमधम
पोटाची भूकही भागे वाटत एकदम .

बोअर न होत एकटेपणात वर्दळ प्रेमाची
मोहात प्रेमाच्या दूर होत जाण दुखाची

भिरभिर गरगर वारा हौस पावसाची
मनात हुरहूर चुकल्यामाकल्या क्षणांची

सोशल व्हावे जरा उरावे मेसेजरूपी ,
पुन्हा फिरावे माघारा यावे एकातांप्रती

5. शेर प्रेमाचा

तुझ्या माझ्या मनापर्यंत बांधलेत उड्डाणपूल ,
आता ही वर्तमानाची रहदारी कशाला ?

सोसवेल इतकाच पाऊस हो तू आठवणींचा ,
आता आस अवेळी कोसळण्याची कशाला ?

फुले माळण्याचे वय सखे तुझेही होते ,
भुंग्यागत फिरणाऱ्या माझी बदनामी कशाला ?

हलके कटाक्षाने घायाळ मी होतो तुझ्या ,
चळतो वारा श्वासानीही , बात वादळी कशाला ?

श्वास सारे माझे केले होते नावे तुझ्या ,
मागून घेतेस तरी वहिवाट संपत्तीची कशाला ?

मतले , काफ़िये ,रदीफ दूर सार साजणे ,
शेर आपुला प्रेमाचा , शब्दांच्या भुतावळी कशाला ?

6. तीर-बाण

गळाल्या केसांचा डोक्यास भार होतो ,
माळल्या गजऱ्याचाही मग हार होतो .

पडत्या दातांना सखे तुझ्या सावर ग ,
बोळक्यातून तोंडाच्या वारा पसार होतो .

चष्मेबहार डोळे , भुवई तिरकी झाली जरा ,
नाचत राहिलो तुझ्या इशाऱ्यावर होतो .

शेलका बांधा प्रसार पावला तुझा अन .
बोलका मी भारी तरी गपगार होतो .

कमर मोठी , उमर मोठी झाली तरी ,
तुझ्याच सौंदर्याने घायाळ मी फार होतो .

सोसले भारी तू संसारी माझ्या ग बायको ,
तुझ्या हास्याचा तीर काळजात आरपार होतो .

*मध्यमवयीन ते वयस्कर पुरुषाचे त्याच्या बायकोविषयी भावूक मत

या कवितेत आहे . morning walk किंवा jogger park करताना
या वयाची जोडपी दिसतात .

8

7. ऋतू

मुळांसारखा रुजून फांद्यांवर फोफावत जातो ऋतू ,
कुठल्याशा क्षणी रुजते नाते , तसा मला लाभलास तू .

बहराची गोष्ट सारेच करतील , इर्षेने मग ,
मूळ सुखाचे उन्मळून उफराटे वागतात ऋतू .

येत रहा नीजेच्या स्वप्न खिडकीत सुख पक्ष्या रे ,
दाणा कसचा मागशी आता चारा अश्रूंचा पुरेपूर घे तू .

मळभाचे अन तेजाचे सोसणे आकाशाचे निळ्या ,
अनंतरंगी रंगून मग सारेच रंग उधळतात ऋतू .

वेदना सुखावते गर्भधारणा होऊनही ही धरा ,
रिकामी घागर अश्रूंची , जीवजिवा सुखावतात ऋतू .

अनंत ऐसे जीवनाचे येणे-जाणे सुरूच येथे ,
साधीसोपी कविता माझी , तरी तोंड वेंगाडतात ऋतू .

• उफराटे - उलटे . मळभ - पावसाच्या ढगांची काळोखी .
अनंत - नॉन non ending .

8. कोंब

रुजण्यास जगण्याची माती करतो ,
एक एकटा एकेकदा शून्य होतो .
आशेचा कोंब फुटून तो रोप होतो ,

सुटती किनारे सहवासांचे जेथे ,
सुखदु:खाच्या लाटांनी तो बेट होतो .
एक एकटा एकेकदा शून्य होतो .
आशेचा कोंब फुटून तो रोप होतो ,

वाऱ्यास , सूर्यास वेंगाडुनी डोलतो ,
वेणा कळीच्या झाकून लपवितो ,
एक एकटा एकेकदा शून्य होतो .
आशेचा कोंब फुटून तो रोप होतो ,

आकाशावर रेघोट्या काढत बसतो ,
रिकामटेकडा कवी बघा तो ,
एक एकटा एकेकदा शून्य होतो .
आशेचा कोंब फुटून तो रोप होतो ,

तप्त उन्हे पांघरलेला वेडा ,

चांदण्यांचे हिशोब मांडत बसतो ,
एक एकटा एकेकदा शून्य होतो .
आशेचा कोंब फुटून तो रोप होतो ,

माणसाच्या जीवनी नियतीचे काटे ,
टोचले रक्तबंबाळ वेदना रुजवितो .
एक एकटा एकेकदा शून्य होतो .
आशेचा कोंब फुटून तो रोप होतो ,

*कोंब - budding bud .

९. माणसे

सुखाची गिळून भाकरी ,
पोट भरून कवितेत कुंथतात माणसे .

नभ पांघरून पाखरे आनंदी ,
ओढून कल्पनेचे दुःख , का कण्हतात माणसे .

राने उठवून वसली नगरे ,
कुठून आली पृथ्वीवर इतकी उठवळ माणसे ?

शेतकरी जाई जीवानिशी ,
अन पैसा पेरून सत्तांधांनी उगवली माणसे .

ज्याचे-त्याचे सुखदुःख ,
जगण्याचे -मरण्याचे करती भांडवल माणसे .

*कुंथतात - constipation . उठवळ - superficial person .

10. दहीहंडी

देहाच्या झोळीत
हाडांची मोळी ,
प्रपंचाची दहीहंडी
सांभाळी कृष्णा

हृदयाच्या पिंपळपानावर
कृष्ण कायमचा पहुडावा .
मनरूपी राधेला
अजून काही नको असते .

श्वास आणि विचारांवर
तुझाच अंकुश असावा
जीवनातल्या विषाला ,
कालियामर्दनाचा उतारा असावा .
जीवनाच्या महाभारतात कृष्णा
तुझ्या गीतेचाच आसरा असावा .

• देहाच्या झोळीत -शरीर म्हणजे त्वचेच्या पिशवीत हाडां-
मासांची गाठोडी. दहीहंडी खेळणारे बेभान गोविंदांना पडून

दुखापत किंवा मरण येण्याची भीतीच नसते . कारण ते कृष्णभक्तीत तल्लीन असतात . सामान्य लोक संसारात झगडताना कृष्णाची अशीच प्रार्थना करतात .

11. वेडा पाऊस

पाण्याची भूक अशी खवळली ,
ओले कोरडे गिळून दुष्ट वागणी .

मरणाचा का कधी त्रास येथे ?
जिणं म्हणे हे वर ही बोलणी .

अक्षरी भोवऱ्यात ओढू नको ,
अर्थ कसा लिहू , सोपी न मांडणी .

अरेरे नयनी सागर आटून गेला ,
सुखासीन पावसातली जगणी .

भिजू दे मन जरासे तुझेही ,
ये सख्या गाऊ पावसाची गाणी .

- पावसाळ्यात सतत कोसळणाऱ्या पावसामुळे पूर येऊन भोगावे लागणारे दुःख या कवितेत आहे , भिजू दे मन म्हणजे थोडासा भावनांचा ओलावा मनात येऊ दे .

12. पहिला पाऊस

पहिला पाऊस अन पहिला प्रेम ,
कायम हवंसं आणि तरल .
मागाहून जे येत राहतं ते ,
सवयीचच आणि धोधो सरळ .

हल्ली कधीही बरसतात मेघ ,
प्रेमाचेही होतेय अजीर्ण ,
तरल ,सरळ , निर्व्याज ,
का न राहतेय मन ?

13. उकिरडा

गडबडा लोळीत एका ओळीत
डुक्करे निघाली उकीरड्यावरी .
माणसांचा संग नको मज
नि:संग जिणे ज्यांचे उकीरड्यापरी .

सुविचारे स्वछ ठेवावे शरीर नि मन ,
बोलावे प्रभुनाम , संतांपरी
अविचाराने लोभापायी माणसे ,
लोळती दुर्गुणांत डुक्करांपरी .
गडबडा लोळीत एका ओळीत
डुक्करे निघाली उकीरड्यावरी .

• नि:संग - कोणाचीही सोबत न घेता .

14. वसंत ऋतू

वयात ये ऋतू वसंत वनी मनीं
उदार फार हा फुले फुलांतुनि

उधाण खाण हि बहाराची
हवी जगास, सुखांस संजीवनी .

सोसून सारे पावसाळे ,हिवाळे ,
उन्हाच्या मोहात सृष्टी मोहरूनी

तुज काय हवे फक्त सांग पाखरा ,
रंगांचे कि मधाचे माधुर्य जीवनी .

हा भिरभिरतो उनाड वारा मोहरांत ,
पानांआड लपे कोकिळा लाजलाजुनि .

- वसंत ऋतू म्हणजे spring season . आंब्याच्या मोहरांची
  सुरवात होऊन कोकिळा त्याद लपून गाऊ लागते .

15. कुत्रा

खपाटल्या पोटाचा मरतुकडा कुत्रा ,
खायला काहीच मिळालं नाही कि सुकलेलं हाड चघळतो .

चवीचवीने चघळतो .

हाडात कसलाच रस नसतो .

त्या कडक हाडाने तोंडाला जखमा होत असतात .

आपलंच रक्त निघत असतं ,
तेच चाखलं जात असतं .

आणि कुत्रा ताज्या मासांची मेजवानी मिळाल्याच्या आनंदात ,
रममाण झालेला असतो .

...धर्म , जात , पंथ ,प्रांत , भाषा , इतिहास असे
सुकलेल्या हाडांचे बरेच प्रकार असतात .

- खपाटल्या - उपाशी राहिलेले सपाट पोट .

16. कष्टाचा सुगंध

सुगंध रुजतो मनात ज्याचा तो ,
ऐन बहरातला चाफा तोडू कसा ?

पालवी झाकते काया ज्याची ,
त्या फुला उघडू मजपाशी कसा ?

मागणे रोज तुझे सुगंधाचे महागसे ,
फुलापरी मन तुझे मोडू कसा ?

चांदण्यांची रोज राती घे फुले तू ,
कष्टाला माझ्या सुगंध आणू कसा ?

- एका सामान्य आर्थिक परिस्थितीतल्या नवऱ्याचे , त्याच्या बायकोला उद्देशून ;तिच्या सध्या मागण्या पूर्ण ना करू शकणाऱ्या त्याचे हे मनोगत या कवितेत आहे ,

17. सार संसाराचे

वठलेल्या झाडासारखी ते दोघं ,
वादळे ऊन सोसूनही हसून आहे .
आटत आली आहे जीवनेच्छा तरी ,
दधीचिपरी हाडांची आहुती देत आहे .

भोगतो मोगरा सुगंधी लेणे त्याचे ,
निर्वास ,कुरूप तगरीही तगली आहे .

येतोस काय वाऱ्या माझ्यासंगे ?
गती मनाची माझ्याही वेगवान आहे .

कोंब आले जीवनाला तरी ,
नवा ऋतू कुठे उगवतो आहे?

रुजत जाते सवय उजेडाची अन ,
सुरवात सांजवात करते आहे .

जीवन सर्वांसाठी एकसारखे आहे ,
भेद कोण मग त्यात करते आहे ?

संसाराचे सार माणसा रे ,
चितेवरल्या भस्मात आहे .

आग संसाराची घेऊन ,
देहाला का मग जाळतो आहे ?

* वठलेल्या - सुकलेल्या पाने नसलेल्या . दधिची - प्राचीन ऋषी ज्यांनी स्वतःची हाडे हत्यारे म्हणून वापरायला देवांना दिली आणि ते अमर झाले . लेणे - ornaments . सांजवात - संध्याकाळची दिवेलागण . कोंब - bud . सार - essence .

18. चांदणी

संपले श्वास ज्याचे ,त्याला दुर्लभ वाटतो आहे ,
वारा सगळ्यांसाठीच एकसारखा वाहतो आहे .

मागून घे थेम्ब अश्रुंचे सागराकडून माणसा रे ,
अखंड ती तहान तो नदीकडून भागवतो आहे .

माती मागते अंश तिचा जेव्हा कधी माणसा रे ,
तुझा जीव तरी कुठे या जगात थांबतो आहे .

आकाशाचा आवाका फार मोठा आहे ,
माया तुझी माणसा रे चांदणी बनवून पाझरतो आहे .

- आपल्या जीवनातील प्रिय माणसे वारली कि आकाशात
  चांदण्या बनून आपली सोबत करत राहतात हि भोळी आशा
  या कवितेत आहे .

19. माणूस मी

माणूस मी कधीचा वाटलो आहे ,
कधी जातीत , कधी धर्म असा बाटलो आहे .

उखाणे माणुसकीचे रोज घेत मी ,
स्वार्थाला पण स्वतः भेटलो आहे .

या ना तर त्या लिंगवचनी राहून ,
कधी कधी स्वतःच पेटलो आहे .

बळाचा खेळ इथला होतो सारा ,
बलवान म्हणुनी मी बळीस कापलो आहे .

उगवता सूर्य अन चंद्र मीच झालो ,
काळोखातही मीच दाटलो आहे .

जा माणुसकीच्या ठेकेदारांनो ,
माणूस म्हणुनी मी माणसांस भेटलो आहे .

* उखाणे - लग्नात नवी नवरी नवऱ्याचे नाव डायरेक्ट न घेता २
  ते कितीही कवितांच्या ओळीत गुंफून सांगणे .

- लिंगवचनी - Gender male , female , other . विवाहित स्त्रियांना हुंड्यांपायी जाळून मारले गेले . अब्रू वाचवायला कधी जोहार करावा लागला

20. वाऱ्या रे

माळावरच्या भराऱ्या वाऱ्या , रूप माझे विस्कटू नकोस .
श्रृंगार केला सख्यासाठी , तू मुजोरी मारू नकोस .

अडकला कुठे साजण, आण त्यास सोडवून ,
इतकी दांडगाई तुझी , प्रियकरास अडवू नकोस .

तुला शपथ त्या विजेची , कडाडे जी तुझ्या दंग्यावर ,
विरह पोचव सजणास , गळ मेघांची मोडू नकोस .

रसिक तू गंधअंधा , चुरल्या आठवणी पोचव ,
माळला गजरा विनवे , विनवणी विसरू नकोस .

प्रियाच्या आवडीचा रंग , वस्त्रांत रंगते मीही धुंद ,
उलगडे इंद्रधनू शृंगारिक , निःसंग तू मज छेडू नकोस .

- romantic lady waiting for her beloved .
- इंद्रधनू शृंगारिक - different colors of romance

21. राख

शब्द माझे शोधू नका ,
राखेस सावडून माझ्या .
जगण्यात जग जगते ,
मरणात तरी विसावू द्या .

22. घाव

कोमलच असा तो घाव होता ,
जवळिकीचा सारा डाव होता .

परक्यांची काय औकात येथे ,
आपल्यानीच मोडला डाव होता .

समारंभ माझ्या दुःखाचे जिथे ,
श्वास मोडण्याचा त्यांचा बनाव होता .

कुणी मांडले हिशोब जेव्हा ,
घातक्यांच्या मनी तणाव होता .

जिंकले मी सौख्यास जेव्हा ,
रडला घातक्यांचा जमाव होता .

www.ingramcontent.com/pod-product-compliance
Lightning Source LLC
Chambersburg PA
CBHW071238140726

47996CB00007B/2662